കുട്ടിക്കവിതകൾ

ചൊൽക്കവിതകൾ

കുട്ടിക്കവിതകൾ

ചൊൽക്കവിതകൾ

കേരാച്ചൻ ലക്ഷ്മണൻ

Little Green

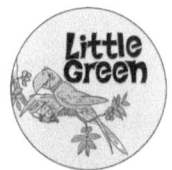

little green
an imprint of green books private limited
gb building, civil lane road, ayyanthole,
thrissur- 680 003, kerala, ph: +91 487-2381066, 2381039
website: www.greenbooksindia.com
e-mail: info@greenbooksindia.com

malayalam
cholkavithakal
children's poem
by
kerachan lakshmanan

first published december 2017
copyright reserved

cover design : rajesh chalode
illustrations : santhosh t.s.
cover image: anna yefimenko/shutterstock

branches:
thrissur 0487-2422515
palakkad 0491-2546162
kannur 0497-2763038
thiruvananthapuram 8589095301

isbn : 978-93-87331-26-6

---

no part of this publication may be reproduced,
or transmitted in any form or by any means,
without prior written permission of the publisher.

LGPL/007/2017

സമർപ്പണം

പ്രിയപ്പെട്ട
എല്ലാ കുഞ്ഞുങ്ങൾക്കും

കവിതകൾ

ഭാഷ 09
ഒരു സംഘഗാനം 11
കൃഷി 12
മഴവില്ല് 13
പൂക്കൾ 15
മാതൃക 16
മലയാളം 17
നമ്മുടെ പുണ്യം 19
പച്ചയുടുപ്പ് 20
വിശ്വമാകെ വിസ്മയം 21
ഇന്നെന്റെ ഭാഷ 23
പാടത്തെ പാട്ട് 24
ഭാരതീയർ 25
ചിങ്ങം 27
വേനൽമഴ 28
കേരളീയർ 29
ഓണപ്പാട്ട് 31
ഞണ്ടുകളുണ്ടായത് 32
മലയാളമാസ വിശേഷങ്ങൾ 33
ആംഗ്യപ്പാട്ട് 35
താളപ്പാട്ട് 36
കഥപ്പാട്ട് 37
പൂമ്പാറ്റയും കുട്ടിയും 39
അരയാൽ 40
മറന്നുപോയവ 41
ദൈവത്തിന്റെ മക്കൾ 42
അതിരുകളില്ലാത്തവർ 43
എൻഡോസൾഫാൻ 45
കാക്കയും വാക്കും 46

കുറുങ്കവിതകൾ

മകൻ 49
ചാണകം 49
വീട്ടിലുള്ളവർ 50
ഴ 51
ആന പോകുന്നു 53
സ്വാദ് 53
പുൽച്ചാടി 54
അവസ്ഥകൾ 55
വാക 57
ഉത്കണ്ഠകൾ 57
മണൽ 58
കബഡി 58
അച്ഛനുമമ്മയും 59
ചുറ്റി 59
തണ്ട് 60
മഴ 60
താളക്രമം 61
ന്യൂജെൻ 61
തുറക്കുമ്പോൾ 63
അനുസരണ 64
കുറുങ്കവിത 64
മഴനൂൽ 65
വികസനം 65
വിഷം 66
മുറ 66
പഠനം 67
ഇങ്ങനെ 67
പെട്ടു 68

വട്ടം 69
കിറുക്ക് 69
തവള 70
കുട്ടികളുടെ ഓണം 71
ആഴി 71
മുള 73
അറിവ് 73
യാന്ത്രികം 75
കാക്ക 75
അരയാൽ 76
അമ്മയും തേങ്ങയും 76
ഉറക്കം 77
ആന 77
വളരേണ്ടത് 78
മയിലാട്ടം 78
കൊക്ക് 79
തുമ്പികൾ 79
കുരുവി 81
നാണക്കേട് 81

കവിത 82
മാതൃക 82
മുത്തശ്ശി 83
കാഴ്ച 83
പൂരം 84
സ്വാഗതം 84
കാലവർഷം 85
കൂമ്പ് 85
പൂമ്പാറ്റേ 86
പ്രത്യുപകാരം 86
കടലറ്റം 87
ചൈനക്കാർ 87
മുഖം 95

കടങ്കവിതകൾ

കാറ്റ് 91
പൊന്മാൻ 93
ചന്ദനപ്പൊട്ട് 93
ഞണ്ട് 95

ഭാഷ

മലയാള ഭാഷയെൻ മാതൃഭാഷ
തലയെടുപ്പുള്ള തികഞ്ഞ ഭാഷ
പലരും പലനാളിൽ ചൊല്ലിച്ചൊല്ലി
മലർപോലെയുള്ളൊരീ മാതൃഭാഷ

അലകടലാടിയെടുത്ത ഭാഷ
മലനിരയ്ക്കൊപ്പം മുളച്ച ഭാഷ
തലമുറ കൈമാറി തന്ന ഭാഷ
കലകളെക്കൊണ്ടു നിറഞ്ഞ ഭാഷ

ചിലപ്പതികാരം രചിക്കും മുമ്പേ
ചിലരെല്ലാം പാടിനടന്ന ഭാഷ
മറ്റുള്ള ഭാഷയ്ക്കുമൊപ്പമെത്തി
ചുറ്റും പടർന്നു വളർന്ന ഭാഷ

തുഞ്ചത്തെഴുത്തച്ഛൻ ശുദ്ധി ചെയ്ത്
അമ്മിഞ്ഞപ്പാലിനോടൊപ്പമെന്നും
നമ്മൾ ശ്രവിച്ചൊരീ പുണ്യഭാഷ

മലയോടു ചേർന്ന് ചെളി നിറഞ്ഞ്
അലയാഴി ദാനമായി തന്ന നാട്ടിൽ
മലനാടുമക്കൾ പറിച്ചെടുത്ത്
കലകളോടൊപ്പം പകർന്ന ഭാഷ

പാണനും പുള്ളോനും പാടിപ്പാടി
പ്രാണനായ്ക്കൊണ്ടു നടന്ന ഭാഷ

ആറും അരുവിയും അലയാഴിയും
ഏറെനാൾ പാടിപ്പതിഞ്ഞഭാഷ

തലയെടുപ്പോടെ ഉയർന്നുനിൽക്കും
ശൈലങ്ങളിൽനിന്നുതിർന്ന ഭാഷ
സസ്യസമൃദ്ധമാം നാട്ടിലെന്നും
ലാസ്യംപകർന്നുകൊടുത്ത ഭാഷ

കളകൂജനങ്ങളുമാലപിക്കും
ലളിതഗാനത്തിൻ മധുരഭാഷ
മലയാളനാടിൻ മഹിമയോളം
കുലധർമ്മമാകുന്ന മാതൃഭാഷ

മറക്കുന്നതെന്തേ മലയാണ്മപോലും
പൊറുക്കാത്ത തെറ്റ് മലയാളമേ?

മറ്റൊരു ഭാഷയ്ക്കും മാറ്റമില്ല
കുറ്റങ്ങളില്ല - കുറവുമില്ല
മണ്ണടിഞ്ഞില്ല പഴയതൊന്നും
കണ്ണടച്ചില്ല - കുറച്ചുമില്ല

പലഭാഷകൊണ്ടുപ്പൊതിഞ്ഞുമില്ല
തലകുനിച്ചില്ല തകർന്നുമില്ല
അന്യഭാഷയ്ക്കിടം നൽകിയില്ല
മാന്യമായ്ത്തന്നെ കഴിഞ്ഞിരുന്നു

മലയാളഭാഷയ്ക്കു മാത്രമെന്തേ
സ്ഥലകാലബോധം നശിച്ചുപോയി?
പിറക്കുന്ന കുഞ്ഞും പിഴച്ച നാക്കാൽ
പറയാൻ പഠിക്കുന്നതന്യഭാഷ.

ഒരു സംഘഗാനം

മുറ്റത്തൊരു തേന്മാവിൻതൈ
ചാറ്റൽമഴയിൽ പുളയുന്നൂ
ചെറുതോടിൻ കരയിൽ നിന്നൊരു
കയ്യോന്നിപ്പൂ ആടുന്നൂ

ആരാനും കാണാനുണ്ടോ
ഉണ്ണി വന്നു വിളിക്കുന്നൂ.
പാടത്തിനക്കരെയേതോ
പുള്ളിക്കുയില് വിളിക്കുന്നൂ

പാലമരക്കൊമ്പിൽ തൂങ്ങി
അണ്ണാൻ കുഞ്ഞു കളിക്കുന്നൂ
മാന്തളിരുകൾ മന്ദം മന്ദം
നൃത്തച്ചുവടുകൾ വെക്കുന്നൂ

ആരാനും കാണാനുണ്ടോ
ഉണ്ണി വന്നു വിളിക്കുന്നൂ
കരിവണ്ട് പറന്നുപറന്ന്
മുല്ലപ്പൂവിലുരുമ്മുന്നൂ

ഒരു പൂവൻ മതിലിൽ കയറി
ചിറകു വിടർത്തിക്കൂവുന്നൂ
പൂവാലിപ്പശുവിൻകുട്ടി
ഓടി നടന്നു മദിക്കുന്നൂ

ആരാനും കാണാനുണ്ടോ
ഉണ്ണി വന്നു വിളിക്കുന്നൂ.

കൃഷി

അമ്മ പയർ വിത്ത് പത്ത് തന്നു
അച്ഛനതിനു കിളച്ചുതന്നു
അമ്മു കൈകൊണ്ടത് താഴ്ത്തി നട്ടു
നാലുനാൾകൊണ്ടു മുളച്ചുവന്നു.

രണ്ടു പയറിന്റെ തണ്ടൊടിഞ്ഞു
കോഴി ചികഞ്ഞപ്പോൾ ഒന്ന് വീണു
എങ്കിലും ഏഴ് ഇല വിരിഞ്ഞു

പടർന്നു കയറുവാൻ കമ്പ് കുത്തി
ആകെ പടർന്നു തഴച്ചുനിന്നു
പൂക്കൾ വിടർന്നു തിരി തെളിഞ്ഞു
തിരികളിലെല്ലാം മണി നിറഞ്ഞു

സ്വർണവർണത്തിൽ പഴുത്തുനിന്നു
കിളികൾ അതുകണ്ടടുത്തുവന്നു
അമ്മുവിനപ്പോൾ മുഖം കറുത്തു
മുറമെടുത്തമ്മയോടൊപ്പമെത്തി

പറിച്ചു പയറ് തകൃതിയായി
അമ്മു ചോദിക്കുന്നിതമ്മയോട്
ഏഴുമണിപ്പയർ കുത്തിയിട്ട്
എങ്ങനെ വന്നമ്മേ ഇത്രയെണ്ണം.

മഴവില്ല്

ആകാശചെരിവിനുമീതെ
അഭിഷേകക്കാവടിയൊന്ന്
കാർമുകിലിൻതോളിൽ വെച്ചത്
കാറ്റാണോ - കടലാണോ?

അഴകുണ്ടതിനേഴുനിറങ്ങൾ
മഴ പെയ്താൽ മാഞ്ഞീടും
അതു പുഴയിൽ വീണെന്നാലോ
പുഴതാങ്ങിയെടുത്തീടും

അതുമല്ല താഴെ വീണാൽ
അഴകിന്റെ കണങ്ങൾ ചിതറും
അവയെല്ലാം വാരിയെടുത്ത്
പുൽക്കൊടികൾ കമ്മലു തീർക്കും

ആ കമ്മൽ തേച്ചുമിനുക്കാൻ
വെയിൽനാളതോഴികളെത്തും.

പൂക്കൾ

പുലരിയിൽ വിടർന്നു നിൽക്കും
പൂക്കളാണ് കുട്ടികൾ
പുതുമകൾ പകർന്നുനൽകും
പുളകമാണ് കുട്ടികൾ

പൂക്കൾതോറും തങ്ങിനിൽക്കും
മഞ്ഞുതുള്ളി പുഞ്ചിരി
പുഞ്ചിരിക്കു മധുരമേകാൻ
തുള്ളികളായ് കണ്ണുകൾ

കൊഞ്ചിയുള്ള പേച്ചുകൾ
കൗതുകത്തിൻ കാഴ്ചകൾ
കൂട്ടുകാരുമൊത്തിണങ്ങി
കാഴ്ചവെക്കും കുസൃതികൾ

മാതൃക

നമ്മുടെ മക്കൾക്കു മാതൃകയാകുവാൻ
ആരുണ്ട് നമ്മുടെ മുന്നിൽ?

നേരായ ജീവിതം നിസ്വാർത്ഥസേവനം
നീതിധർമ്മാദികൾ കാക്കും
മാനവജാതിക്കും ജീവജാലങ്ങൾക്കും
മോക്ഷങ്ങളേകുവാൻവേണ്ടി
സ്വജീവിതത്തെ സമർപ്പണം ചെയ്യുന്ന
സത്യസ്വരൂപനാം മർത്ത്യൻ

അക്രമം പാടില്ല ഹിംസയും പാടില്ല
അഹിംസതൻ മന്ത്രങ്ങളോതി
ജാതിമതങ്ങൾക്കതീതനായ് വർത്തിക്കും
സ്വാർത്ഥതയില്ലാത്ത മാന്യൻ

മഹാത്മജിയല്ലാതെയാരുണ്ട് മന്നിതിൽ
മാനവനായി പിറന്നോൻ
അമ്മഹാത്മാവിനെയോർക്കുക നിത്യവും
ആത്മാവിനാനന്ദമാകും.

മലയാളം

മലയും അളവും മുട്ടിയുരുമ്മി
മലയാളക്കരയുണ്ടായി.

മഴയും വെയിലും മേഞ്ഞു നടന്നൊരു
മരതക നാടിതുമുണ്ടായി.

അറബിക്കടലിന്നതിരുണ്ടായി
മലനിരകൊണ്ടൊരു മതിലുണ്ടായി

ഇടയിൽ വയലുകൾ കായലുകൾ
തൊടികൾ കലർന്നൊരു നാടുണ്ടായി

ആരുവിതച്ചവയെന്നറിയാതെ
വേരുപിടിച്ചവയെല്ലാം വിളകൾ

കലയും വിളയും കേളിയുണർത്തി
പലരും വന്നെത്തുകയായി

വന്നവരിവിടം കൊള്ളയടിച്ചു
നാടു ഭരിക്കാൻ കെല്പുള്ളവരായ്.

നാമറിയാതെ ജാതിമരങ്ങൾ
നന്മകളെല്ലാം നശിപ്പിച്ചു
മാനവരല്ലെന്നറിയിച്ചു

പതിയെ നമ്മൾ അറിവുകൾ നേടി
എതിർത്തു ജയിച്ചു തിന്മകളെ

നല്ലവരായ ഗുരുക്കന്മാരാൽ
നമ്മൾ ബലവാന്മാരായി

വൈദേശികളും വൈതാളികളും
വന്നതുപോലെ മടങ്ങിപ്പോയി

കേരളമെന്നൊരു നാടുപിറന്നു
മലയാളം നമ്മുടെ ഭാഷയുമായ്.

നമ്മുടെ പുണ്യം

മലനിര കാക്കും മലയാളം
കടൽത്തിര തഴുകും മലയാളം
തരുനിര നിറയും മലയാളം
കലയുടെ കലവറ മലയാളം

കേരം തിങ്ങും തീരങ്ങൾ
കേളികളാടും താഴ്‌വരകൾ
ആറുകളനവധി വേഷങ്ങൾ
മാറിലൊതുക്കും മലയാളം

നന്മകൾ നിറയും വർഷങ്ങൾ
തിന്മകൾ കരിയും വേനലുകൾ
ഉണ്മകൾ വിളയും മലയാളം
നമ്മുടെ പുണ്യം മലയാളം.

പച്ചയുടുപ്പ്

സഹ്യനാണച്ഛൻ
സാഗരമാണമ്മ
അച്ഛനുമമ്മയ്ക്കുമിടയിൽ
പച്ചയുടുപ്പിട്ട് ഞാനും

മലയാളമാണെന്റെ ഭാഷ
മധുരം തുളുമ്പുന്ന ഭാഷ
അലയാഴിക്കപ്പുറം
മലനിരയ്ക്കപ്പുറം
മലർഗന്ധമേകിടും ഭാഷ

ആറുകളെന്റെയാഭരണം
വയലുകൾ മേടുകൾ ഉടയാടകൾ
തട്ടമിടുന്നത് വെൺമേഘം
കാർക്കൂന്തലാണല്ലോ കാർമേഘം

വർഷങ്ങളാകട്ടെ വിസ്മയങ്ങൾ
വേനലോ വേറിട്ടനുഭവങ്ങൾ
പൂവാടിയാണെന്റെ പുൽമേടുകൾ
പൂമ്പാറ്റകൾ തുമ്പികൾ കൂട്ടുകാരും.

വിശ്വമാകെ വിസ്മയം

നാം പിറന്ന ഭൂമിയെ
തിരിച്ചറിഞ്ഞു നോക്കുക
നമ്മളെത്ര ഭാഗ്യവാന്മാർ
ഭാരതം മഹത്തരം

നമുക്കുമുന്നെ ഗാന്ധിജിയും
ശ്രീബുദ്ധനും നെഹ്രുവും
പിറന്ന നാട്ടിലെങ്ങനെ
നാം പിറന്നു കൂട്ടരേ?

മറന്നുകൂടൊരിക്കലും
മഹത്വമുള്ള നാടിനെ
മതേതരത്വം വാഴുമീ
മാതൃരാജ്യമെന്നത്.

സത്യമുണ്ട് ധർമ്മവും
അഹിംസയും ശാന്തിയും
ഒന്നുപോലെ
വാഴുമീയിടത്തിനെ

കടൽകടന്നുവന്നവർ
കവർന്നെടുത്തതൊക്കെയും
തിരിച്ചുവാങ്ങിയിന്നലെ
ചരിത്രമാക്കിവെച്ചതും.

വിശ്വമാകെ വിസ്മയം
വളർന്നിടുന്നു ഭാരതം
വികസനത്തിലെപ്പഴും
വിജയിച്ചിടുന്നു ഭാരതം.

ഇന്നെന്റെ ഭാഷ

മലയില്ലാത്തൊരു മലയാളം
പുഴയില്ലാത്തൊരു മലയാളം
വയലുകളില്ലാമലയാളം
കാണുക നമ്മുടെ മലയാളം

സമതലമായൊരു മലയാളം
മാളിക പണിയും മലയാളം
കുന്നുകൾ കോരി മലയാളം
നികത്തിയെടുത്തൊരു മലയാളം

തണലില്ലാത്തൊരു മലയാളം
തരുവില്ലാത്തൊരു മലയാളം
കുന്നുകളില്ലാമലയാളം
കുരുവികളില്ലാ മലയാളം

ഭാഷയിലില്ലാമലയാളം
വേഷത്തിലുമില്ലാമലയാളം
ഓണവുമില്ല വിഷുവില്ല-
നാണക്കേടിതു മലയാളം.

പാടത്തെ പാട്ട്

മഞ്ഞിൻ തോരണമെല്ലാം മാറ്റിയ പുഞ്ചപ്പാടത്ത്
കുഞ്ഞിക്കാറ്റ് കളിക്കാനെത്തി തുമ്പികളോടൊത്ത്
പൊൻവെയിലെത്തി വിളക്കുകൊളുത്തി ആലിൻകൊമ്പത്ത്
ഉണ്ണികളെത്തി വരിവരിയായി കറുകവരമ്പത്ത്.

തെങ്ങിൻപൂക്കുല മാവില പ്ലാവില തളിരിലകൾ കോർത്ത്
ഉങ്ങിൻചോട്ടിലൊരമ്പലമങ്ങനെ തീർക്കും നേരത്ത്
ആടുകളെത്തി മാടുകളെത്തി നിന്നൂ ചാരത്ത്
പാടത്തങ്ങനെ ഉത്സവമൊന്നു തുടങ്ങി കാലത്ത്.

തകരപ്പാട്ടകളായൊരു ചെണ്ടയിൽനിന്നും ഡുംഡുംഡും
പച്ചത്തണ്ടിൻകൊമ്പിൽനിന്നും പെപ്പെപ്പെപ്പെപ്പെ....
തേങ്ങാത്താളിൻ ഇലത്താളത്തിൽനിന്നും ഞ്ചിം ഞ്ചിം ഞ്ചിം
കതന നെറച്ചൊരു പുട്ടിൻകുറ്റിയിൽനിന്നും ഠോ, ഠോ, ഠോ.

ഭാരതീയർ

പാരിതിൽ പ്രശസ്തരായ
ഭാരതീയരാണ് നാം
ഭാരതത്തിൽ കേൾവി കേട്ട
കേരളീയരാണ് നാം.

ആദികാലം തൊട്ടുതന്നെ
ഖ്യാതിയേറെ നേടി നാം
അഹിംസയും സമത്വവും
ആയുധങ്ങളാക്കി നാം

അന്യരോട് പോരടിച്ച്
സ്വതന്ത്രരായി തീർന്നു നാം
സർവ്വലോകമാദരിക്കും
സംസ്കാരവും വളർത്തി നാം

ബുദ്ധദേവനാൽ രചിച്ച
ശുദ്ധിയുള്ള ജീവിതം
ഗാന്ധിയാൽ തുടർന്നുവന്ന്
കാന്തിയുള്ളതാക്കി നാം

കർമ്മയോഗികൾ പകർന്ന
ധർമ്മവും പുലർത്തി നാം
നന്മചെയ്തു ജീവിതത്തെ
വെണ്മയുള്ളതാക്കി നാം

ജാതിമതഭേദമെന്യേ
കേരളീയരായി നാം
ജനതയൊന്നു ചേർന്ന് നിന്നു
ഭാരതീയരായി നാം.

ചിങ്ങം

കുളിച്ചു കോതിയൊതുക്കിയ മുടിയിൽ
നിറയെ പൂ ചൂടി
ചിരിച്ചുവന്നു ചിങ്ങപ്പെൺകൊടി
മലയാളക്കരയിൽ
ധരിച്ചിരുന്നു പൊൻവെയിൽ നൽകിയ
കസവിൻ ഉടയാട
അണിഞ്ഞിരുന്നു മരതകക്കല്ലുകൾ
കൊരുത്ത പൊന്മാല
അവൾക്കിറങ്ങി നടക്കാൻ വയലിൽ
കറുക പുല്പായ.
അവൾക്കിടയ്ക്കു കൊറിച്ചു രസിക്കാൻ
പൊന്നാര്യൻ നെല്ല്
ഇടയ്ക്ക് ചാടി നടക്കാൻ ഈണം
നല്കി പൂങ്കാറ്റ്.

വേനൽമഴ

മുട്ടിച്ചെരിപ്പിട്ടു മുത്തച്ഛനിന്നലെ
മൂവന്തി നേരത്തുവന്നു

മുത്തശ്ശി നാമം ജപിക്കുന്ന കേൾക്കുവാൻ
മുറ്റത്തുലാത്തിയിരുന്നു.

ഞാനതിൻ താളം പിടിച്ചു കിടക്കയിൽ
കണ്ണുമടച്ചു കിടന്നു.

കാണണമെന്നു കൊതിച്ചിരുന്നെങ്കിലും
അമ്മ വന്നെന്നെ തടഞ്ഞു.

എപ്പോൾ തിരിച്ചുപോയെന്നറിവില്ല - ഞാൻ
അപ്പഴേ നിദ്രയിലാണ്ടു

പിറ്റേന്നുണർന്നു ഞാൻ ചോദിച്ചു - മുത്തശ്ശി
മുത്തച്ഛനെപ്പോൾ മടങ്ങി

ഏതു മുത്തച്ഛൻ വരുവാൻ നിനക്കിനി
വേനൽമഴ പെയ്തിരുന്നു.

ചാറിയും പാറിയും ഏതാണ്ടു നാഴിക
നേരം തുടർന്നേയിരുന്നു.

പനിയുടെ കാഠിന്യമാകണം മോൾക്കതു
മുത്തച്ഛനാണെന്നു തോന്നി.

കേരളീയർ

നമ്മൾ നല്ല കുട്ടികൾ
നന്മയിൽ വളരണം

വീട്ടിലെന്നപോലെ നമ്മൾ
നാട്ടിലും വിളങ്ങണം

സത്യവും ധർമ്മവും
നീതിയും സമത്വവും
നിത്യവും പുലരുവാൻ
കൃത്യനിഷ്ഠ നോക്കണം

വളർന്നിടുമ്പോൾ ലക്ഷ്യബോധം
നമ്മളിൽ ജനിക്കണം.
തളർന്നിടുമ്പോൾ കർമ്മബോധം
നമ്മളെ ഉണർത്തണം.

ജാതിയും മതങ്ങളും
പടുത്തുയർത്തും ഭിത്തികൾ
പൊളിച്ചെറിഞ്ഞ് ധീരരാം
മനുഷ്യരായി മാറണം

അക്രമം അനീതികൾ
മുളച്ചിടുന്ന മാത്രയിൽ
അഹിംസകൊണ്ടെതിർത്തു നാം
ശാന്തരായ് കഴിയണം

തിന്മയെങ്ങു കാൺകിലും
തച്ചുടച്ചെറിയണം
നന്മ നാട്ടിൽ വാഴുവോൻ
നമ്മളൊത്തു ചേരണം

ഭാരതീയരെന്നു നാം
നിരന്തരം സ്മരിക്കണം
കേരളീയരെന്നു നാം
കേളികൊട്ടി പാടണം.

ഓണപ്പാട്ട്

പൊന്നാര്യൻ പാടത്ത് സ്വപ്നങ്ങൾ കതിരിട്ടു
പൊന്നോണക്കിളി വന്നിട്ടൂഞ്ഞാലിൽ കയറിട്ടു
തെങ്ങോലത്തളിരുകളിൽ ചിങ്ങനിലാവൊളിയിട്ടു
മുക്കുറ്റിതുമ്പുകളിൽ പൂമൊട്ടുകൾ തിരിയിട്ടു

ഓണം വന്നോണം വന്നോണം വന്നേ
ഓണം പൊന്നോണം തിരുവോണം വന്നേ...
മലയാളത്തറവാട്ടിൽ പൊന്നോണം വരവായി
മഴമേഘം മായുന്നൊരു പുലർക്കാലം വരവായി

ആർപ്പൂവിളി കുരവയിടൽ ആഹ്ലാദത്തിരയായി
ആറുകളിൽ പലവർണവള്ളങ്ങൾ നിരയായി.
അത്തം പത്തോണത്തിൻ പൂവട്ടികൾ നിറയുന്നു
ചിത്തത്തിലെഴുതുന്നു പൂവുകളാൽ ചിത്രങ്ങൾ

മുറ്റത്തതു പൂക്കളമായ് വൃത്തത്തിൽ തെളിയുന്നു
പൂത്തുമ്പികളണയുന്നു പുന്നാരം ചൊല്ലുന്നു
തൂശനിലത്തുമ്പുകളിൽ വിഭവങ്ങൾ നിറയുന്നു
ഓലൻകറി, കാളൻ, പഴപ്രഥമൻ രുചിയേകുന്നു

കൈകൊട്ടി കളിയാടും പെണ്ണുങ്ങൾ താളത്തിൽ
തുള്ളുന്നു തുമ്പികളായ് കുഞ്ഞുങ്ങൾ മധ്യത്തിൽ

ഞണ്ടുകളുണ്ടായത്

ഒരു കൂട്ടം കുട്ട്യോള്
കടലെങ്ങനെയെന്ന് കാണാൻ പോയ്
തിരയെണ്ണി തിരയെണ്ണി
വിരലൊക്കെ മടങ്ങിപ്പോയ്
തീരത്ത് നടന്നപ്പോൾ
പാദങ്ങൾ കാണാതായ്
കാറ്റങ്ങനെ കൊണ്ടപ്പോൾ
മുടിയെല്ലാം പാറിപ്പോയ്
അസ്തമയം കണ്ടപ്പോൾ
കണ്ണുകളും കാണാതായ്
മുന്നോട്ട് നടന്നപ്പോൾ
വഴിയെല്ലാം ചിതറിപ്പോയ്
എങ്ങോട്ടെന്നറിയാതെ
അവരൊക്കെ ഞണ്ടുകളായ്.

മലയാളമാസ വിശേഷങ്ങൾ

ചിത്തത്തിൽ തങ്ങീടും ചിങ്ങമാസം
ചിങ്ങത്തിലെത്തുന്നതോണമല്ലോ

കന്നി കറുത്തും വെളുത്തുമത്രെ
കല്ലുപിളർക്കും വെയിലുദിക്കും

തുലാത്തിൽ പെരുമഴ രണ്ടുകൊണ്ടേ
താണനിലങ്ങൾ നിറഞ്ഞിരിക്കും

വൃശ്ചികമെത്തിയാലംബരത്തിൻ
ഉച്ചിയിൽ താരകളേറെ പൂക്കും

ധനുവൊന്നൊതുങ്ങി തൊഴുതുനിൽക്കും
തനുവും മനവും തളിർത്തിരിക്കും

മകരത്തിൽ മഞ്ഞിൻപുതപ്പുചുറ്റി
തകരയും താഴെ കുനിഞ്ഞിരിക്കും

കുംഭത്തിൽ കേരവൃക്ഷത്തിലെല്ലാം
അമ്പരപ്പിക്കുന്ന കായ്പിടിക്കും

മീനമുണങ്ങിക്കരിഞ്ഞിരിക്കും
വേനലതിന് കുടപിടിക്കും

മേടത്തിലാണല്ലോ പണ്ടുതൊട്ടേ
പാടത്തെ വേല തുടങ്ങിവെപ്പൂ

ഇടവത്തിൻപാതി കഴിഞ്ഞുവെന്നാൽ
ഇടയുന്ന വർഷം കുതിച്ചുചാടും

മിഥുനം മധുരവും കയ്പുമായി
പുളിനങ്ങളെല്ലാം തെളിഞ്ഞിരിക്കും

കർക്കടകത്തിൻ പിറവിതന്നെ
കരിങ്കാളി വേഷത്തിലായിരിക്കും.

ആംഗ്യപ്പാട്ട്

അണ്ണാറക്കണ്ണൻ ഛിൽ ഛിൽ ചിലച്ചു
പൂവൻകോഴി തലപൊക്കി
തള്ളക്കോഴി ചിറകുവിടർത്തി
ചിറകിലൊളിച്ചു കുഞ്ഞുങ്ങൾ

അച്ഛനും ഞാനും മുറ്റത്തിറങ്ങി
ചുറ്റുമതങ്ങനെ നോക്കുമ്പോൾ
മൂത്തു നരച്ചൊരു മുത്തി തവള
മുറുക്കിയിരിപ്പൂ തണലത്ത്.

ഞാനൊരു കല്ല് പെറുക്കിയെടുത്ത്
പതുക്കെ പമ്മി ചെന്നപ്പോൾ
ഉണ്ടക്കണ്ണുകൾ ഒന്നു ചുഴറ്റി
ചാടി മറഞ്ഞു തവളച്ചാർ
എന്നിട്ടെന്തുണ്ടായി?

അണ്ണാൻ തെങ്ങിൻമുകളിൽ കയറി
പൂവൻ ചിറകു വിടർത്തിക്കൂവി
തള്ളക്കോഴി എഴുന്നേറ്റപ്പോൾ
കീയോം കീയോം കുഞ്ഞുങ്ങൾ

താളപ്പാട്ട്

മുറ്റത്തുണ്ടൊരു കാറ്റാടി
കാറ്റു വരുമ്പോൾ വായാടി
ആടിപ്പാടി കളിയാടി
മാനമ്മുട്ടും തെമ്മാടി

ചില്ലകൾ തോറും ചെറുകിളികൾ
ചാടിച്ചാടി നടക്കുമ്പോൾ
ചെറുമഴ പെയ്താൽ ജലമണികൾ
ചില്ലുകണക്കെ തങ്ങുമ്പോൾ

ചാഞ്ചാടുന്നു കാറ്റാടി
ചരിഞ്ഞാടുന്നു കാറ്റാടി

പീലിക്കാവടി വെച്ചതുപോൽ
ചോലയ്ക്കരികിൽ നില്പാണ്
ചൂളം കുത്തി വിളിക്കുന്ന
നീലക്കുയിലിൻ വീടാണ്.

കാറ്റും മഴയും കൈകോർത്ത്
ഞാറ്റുവേലയ്ക്കെത്തുമ്പോൾ
നിഴലും നിലാവും ഒന്നിച്ച്
മണ്ണിലുരുണ്ടു കളിക്കുമ്പോൾ
ചാഞ്ചാടുന്നു കാറ്റാടി
ചരിഞ്ഞാടുന്നു കാറ്റാടി

കഥപ്പാട്ട്

കാവിൽ വന്നു വിളിക്കാറുണ്ടൊരു
പുള്ളിക്കുരുവി പതിവായി
എന്നെ കണ്ടുകഴിഞ്ഞാൽപ്പിന്നെ
ചിറകുകൾ വീശി ചിരിതൂകി
താഴെ ചെന്നാൽ ചില്ലകൾതോറും
ചാടി നടക്കും രസമായി
ഞാനുമിരിക്കും മാവിൻകൊമ്പിൽ
വീട്ടുവിശേഷം ചൊല്ലാനായ്
കേട്ടുരസിക്കും മട്ടിൽ പതിയെ
മൂളിയിരിക്കും ചങ്ങാതി
അമ്മ വിളിക്കും ശബ്ദം കേട്ടാൽ
തമ്മിൽ തമ്മിൽ വിടചൊല്ലും
നാളെ കാണാമെന്ന് പറഞ്ഞ്
മേലോട്ടേക്ക് പറന്നീടും
ഇന്നിതുവരെയും കണ്ടില്ലല്ലോ
ഉച്ചയടുത്തു തുടങ്ങാറായ്
കോരിച്ചൊരിയും കാറ്റും മഴയും
കാരണമാകാം ഒരുപക്ഷേ
ഉള്ളിലൊതുക്കാനാവുന്നില്ല
കാണാതുള്ളൊരു ദുഃഖത്തെ.

പൂമ്പാറ്റയും കുട്ടിയും

കുട്ടി : മുറ്റത്തെന്നുടെ തെച്ചിക്കുലയിൽ
പറ്റിയിരിക്കും പൂമ്പാറ്റേ
കാറ്റും മഴയും വന്നാൽ നിന്നുടെ
പട്ടുടയാടകൾ നനയില്ലേ?
പൂമ്പാറ്റ : ഇവിടുന്നിനി ഞാൻ പിടിവിടുവിച്ചാൽ
കാറ്റിൽപ്പെട്ടു കുഴങ്ങില്ലേ?
കുട്ടി : വീട്ടിൽ ചെന്നാൽ മാറ്റിയുടുക്കാൻ
വേറെയുടുപ്പുകളില്ലെങ്കിൽ
വിറച്ചു വിറച്ചീരാവിന്നൊടുവിൽ
വീണു മരിക്കാനിടയില്ലേ?
പൂമ്പാറ്റ : കാറ്റും മഴയുമൊതുങ്ങുന്നേരം
മാറിപ്പോകാൻ നോക്കും ഞാൻ
കുട്ടി : വീടാണെങ്കിൽ കാറ്റിൽപ്പെട്ടി-
ട്ടൂഞ്ഞാലാടുകയാവില്ലേ?
വേഗം കയറിപ്പോരുക ഞാനെൻ വീടിൻ
വാതിലടയ്ക്കാൻ പോകുന്നു.

അരയാൽ

ഞാൻ പോകും വഴിയിൽ
ഗ്രാമത്തിൻ നടുവിൽ
നിറപറ വെച്ചതുപോലെ നിൽക്കും
അരയാലൊന്നുണ്ടേ-
കലപിലചൊല്ലി
കലഹിക്കുന്നോരായിരമിലയുണ്ടേ

പലവിധ പാട്ടുകൾ ചാടി രസിക്കും
കുരുവികളതിലുണ്ടേ.

ചിരങ്ങും ചൊറിയും കൊണ്ടു തളർന്ന്
ക്ഷീണിച്ചിട്ടുണ്ടേ...

ചേലകളായി കാഞ്ഞിരവള്ളികൾ
ചുറ്റിക്കയറുന്നേ...

കൂടെ നിൽക്കാൻ മറ്റു മരങ്ങൾ
കൈകോർക്കുന്നുണ്ടേ...

ഇരുന്നു മയങ്ങാൻ തണലും തറയും
നൽകുന്നതുമുണ്ടേ...

കൂട്ടുകുടുംബംപോലെ കാണ്മാൻ
മാതൃകയാണല്ലോ...

മറന്നുപോയവ

മറന്നുപോയതെന്തു നാം
പിറന്നു വീണ നാടിനെ
പിറുപിറുത്ത വാക്കിനെ
നിറഞ്ഞകത്തളങ്ങളെ
ചിരിച്ചുനിന്ന കാവിനെ
പടർന്ന പൂനിലാവിനെ
വിടർന്നു വീണ നാളിനെ
തുടുത്തുനിന്ന സന്ധ്യയെ
പടുത്തെടുത്ത ഭാവിയെ
ഉടച്ചെറിഞ്ഞ ഓർമ്മയെ.

നിവർത്തിയിട്ട നീർത്തടം
മടക്കി മാറ്റി മാളിക
പടുത്തെടുത്ത രാവിനെ
വയൽ നിറഞ്ഞ നാടിനെ
നിഴൽ നിറഞ്ഞ രാവിനെ
അറിവു നൽകി അജ്ഞത

പറിച്ചെടുത്ത ഗുരുവിനെ
അടുത്ത വീട്ടുകാരനെ
വൃദ്ധരക്ഷിതാക്കളെ!

ദൈവത്തിന്റെ മക്കൾ

പട്ടിണികൊണ്ടു വലഞ്ഞൊടുവിൽ
കാട്ടിലെ മക്കളീ നാട്ടിലെത്തി
പട്ടികൾ തിന്നതിൻ ശേഷമുള്ള
തൊട്ടിയിൽ ചിക്കി ചികഞ്ഞുനോക്കി
അഴുകിയളിഞ്ഞതാം മാലിന്യത്തിൽ
ഇഴഞ്ഞു നടന്നിട്ടവർക്കു കിട്ടി
സമ്പന്നരൊക്കെ വലിച്ചെറിഞ്ഞ
സൗജന്യയുച്ഛിഷ്ട ശിഷ്ടമെല്ലാം
അന്യായമൊന്നുമേ ചെയ്തിടാതെ
അവനിയിൽ വന്നു പിറന്നതാണോ?
അവർക്കവകാശം നിഷേധിക്കുവാൻ
അവരുമീ ദൈവത്തിൻ മക്കളല്ലേ?

അതിരുകളില്ലാത്തവർ

അതിരു തർക്കത്തിനാൽ അന്യരായോർ
അറിഞ്ഞില്ല ചാമ്പ നിറച്ചു പൂത്തു
അതിനരികത്തെ പടർന്ന മാവും
അതിലേറെ മാങ്ങ പുറത്തെടുത്തു
അതു കാൺകെ മൂത്തവർ കണ്ണടച്ചു
കൊതിയോടെ കുട്ടികൾ നോക്കി നിന്നു

മതിലുപണിയണമെന്നൊരുത്തൻ
അതിനളന്നേക്കണമെന്നെതിർത്തോർ
തർക്കമൊടുവിൽ കലഹങ്ങളായ്
നേർക്കുനേർ കാണാതൊഴിയലായി

കായകൾ പഴുത്തു തറ നിറഞ്ഞു
കാക്കകൾപോലും പറന്നകന്നു
കുട്ടികൾ വീടിൻ പുറത്തുവന്നു
കൂട്ടക്കരച്ചിലായ് തേങ്ങലായി

വിലക്കി കുടുംബങ്ങൾ കുട്ടികളെ
നിലയ്ക്കുനിന്നോണമനുസരിച്ച്
അലഞ്ഞുനടന്നങ്ങു പോയിടേണ്ട
ഫലങ്ങൾ പെറുക്കാൻ മിനക്കെടേണ്ട.

അറുതിവരുത്തുവാനില്ലൊരാൾക്കും
മറുവാക്ക് സ്നേഹം പൊതിഞ്ഞുകെട്ടി
വെറുതെ നാമെന്തിനു പൂത്തുപോയി
ചെറുമാവ് ചാമ്പ പരിഹസിച്ചു

അതിരിൽ മുളച്ചതുകൊണ്ടു നമ്മൾ
പതിതരായ്ത്തീരുന്നതെന്തു കഷ്ടം!
കൊതിയും ദുരയും വളർന്നു മർത്ത്യർ
ചതിയിൽപ്പെടുത്തിയാലാർക്കു നഷ്ടം
കളിക്കുവാനെന്നിട്ടുമൊത്തുചേർന്നു
തളിരുപോലുള്ളവർ കൊച്ചുമക്കൾ

കളിയാക്കി കുട്ടികൾ മൂത്തവരെ
തെളിയാത്ത കണ്ണും കരളുമുള്ളോർ.

എൻഡോസൾഫാൻ

പത്തുമാസം ചുമന്നു പിറന്നതാം
പൊന്നുമക്കളെ പിന്നെയും പേറുക
കണ്ണുനീരു കൊടുത്തു വളർത്തുക
കണ്ണിലെണ്ണയൊഴിച്ചു സൂക്ഷിക്കുക

ഏതു പൈതൃക ജന്മദോഷങ്ങളാൽ
ഹേതുവായി ഭവിക്കുന്നതിങ്ങനെ
കേടുവന്നതാം പാവകളല്ലിവർ
ചോടുവെച്ച് വളർന്നു വരേണ്ടവർ

പുല്ലുപോലും കരിച്ചുകളയുവാൻ
തെല്ലുപോലും മടിക്കാതെ ചുറ്റിലും
വീര്യമുള്ള വിഷങ്ങൾ തളിച്ചിടും
ക്രൂരതയ്ക്കെന്തുപേരു വിളിച്ചിടും

ശാസ്ത്രനേട്ടങ്ങളീവിധം മാനവ-
ശത്രുവാകുന്നുവെങ്കിൽ നിർത്തുക
സത്യമല്ലാത്ത ജീവിതരീതികൾ
സ്വാർത്ഥതയ്ക്കു പുലർത്താതിരിക്കുക.

കാക്കയും വാക്കും

പുതിയൊരു വാക്കു പഠിക്കാൻ കാക്ക
കൊക്കു മതിലിലുരസി
ഒരു കൺപോളയടച്ച്
ക്ലാസിന്നുള്ളിൽ കയറി
ഒന്നാം ബഞ്ചിലിരുന്ന്
ശബ്ദമൊതുക്കിചൊല്ലി
പഴയതുപോലെ തന്നെ
കാ കാ കാ
ദേഷ്യം തോന്നിയ കാക്ക
കാഷ്ഠിച്ചുവെച്ചു ബഞ്ചിൽ

കുറുങ്കവിതകൾ

മകൻ

അച്ഛൻ തൊപ്പി വാങ്ങിക്കൊടുത്തു
അമ്മയുടെ വക കുടയും
സ്കൂളിലേക്കു പോകുമ്പോൾ
മകൻ ചോദിക്കുന്നു
മഴയെ ആര് വാങ്ങിത്തരും?

ചാണകം

ഒരു ചാണിനകത്ത്
വീഴുന്നതാണ് ചാണകം

വീട്ടിലുള്ളവർ

പട്ടിയുണ്ടെൻ വീട്ടിൽ
പട്ടിണി കിടക്കുവാൻ

പൂച്ചയുണ്ടെൻ വീട്ടിൽ
വെച്ചതു കട്ടു തിന്നുവാൻ

അമ്മിയുണ്ടെൻ വീട്ടിൽ
അമ്മയോടേറ്റുമുട്ടാൻ

മുത്തശ്ശിയുണ്ടു വീട്ടിൽ
മുറ്റത്ത് മുറുക്കിത്തുപ്പുവാൻ

ചേച്ചിയുണ്ടെന്റെ വീട്ടിൽ
എപ്പോഴും ടി.വി കാണാൻ

പിന്നെ ഞാനുമുണ്ടല്ലോ വീട്ടിൽ
സന്ധ്യക്ക് നാമം ചൊല്ലുവാൻ

ഴ

ആഴമുള്ളിടം
ആഴിലായി
ഒഴുകുന്നിടം
പുഴയായി
ഉയിരുള്ളിടം
ഊഴിലായി

പുഴു ചെടിയിലുണ്ടെങ്കിൽ
പുഴു വെച്ചത് മഴുവാണ്

പുഴയെല്ലാം പുഴുവായും
പുഴുവെല്ലാം പുഴയായും
മാറുന്നൊരു മലയാളം
നാറുന്നൊരു മലയാളം

ആന പോകുന്നു

ആന പോകുന്നു കുണുങ്ങി കുണുങ്ങി
പാപ്പാൻ പുറത്ത് കുലുങ്ങി കുലുങ്ങി
ചങ്ങല കാലിൽ കിലുങ്ങു കിലുങ്ങി
കാണുന്നവർക്കുള്ളം തിളങ്ങി തിളങ്ങി

സ്വാദ്

കറിവേപ്പില പൊട്ടിച്ചിട്ടും
കടുക് പൊട്ടിച്ചിട്ടും
കറിക്കൊരു സ്വാദുമില്ല.

പുൽച്ചാടി

വരമ്പിൻ നെറുകയിൽ കറുക
കറുകത്തലയിൽ കണിക
കണികയിലുണ്ടൊരു കവിത
കതിരവനെഴുതിയ കവിത

അവസ്ഥകൾ

മഴ വന്നാൽ മയിലാടും
വെയിൽ വന്നാൽ കുയിൽ പാടും
മഴയും വെയിലും വന്നാൽ
വയൽ ആടിപ്പാടും

കേരാച്ചൻ ലക്ഷ്മണൻ

വാക

ആണ്ടിലൊരിക്കൽ
വാക പട്ടുടുക്കും
വാളെടുക്കും
കാറ്റുണ്ടെങ്കിൽ
കോമരമാകും

ഉത്കണ്ഠകൾ

ഉൽക്കകൾ
ഊഴിയിൽ പതിച്ചപ്പോൾ
ഉള്ളിൽ
ഉത്കണ്ഠകൾ
ഉരഗങ്ങളായി
ഇഴയാൻ തുടങ്ങി.

മണൽ

മഴ പെയ്തിട്ടാണ്
പുഴ ഉണ്ടാകുന്നത്
പുഴയിൽനിന്നും കിട്ടുന്നത്
മണലാണെന്നുമാത്രം.

കബഡി

കാഞ്ഞെണ്ണയിൽ വീഴുമ്പോഴാണ്
കടുകിന്റെ
കബഡികളി

അച്ഛനുമമ്മയും

പഴങ്ങളുടെ മാതാവ് - മാമ്പഴം
പിതാവാണ് പൂവമ്പഴം

ചുറ്റി

കുട്ടിക്ക് പമ്പരം കിട്ടി
ചുറ്റി ചരടിൽ കുട്ടി
ചുഴറ്റി എറിഞ്ഞോരു നേരം
പമ്പരം കുട്ടിയെ ചുറ്റി.

തണ്ട്

തണ്ട് കാട്ടി താമരപ്പൂ
പുഞ്ചിരിപ്പൂ അന്തിയോളം
അന്തിവന്ന അഹന്ത മാറ്റി
ധ്യാനമായി പുലരുവോളം.

മഴ

ഇറങ്ങി വന്നു
ഇഴഞ്ഞു നടന്നു
പുഴയിലെത്തി
പുളഞ്ഞുപോകുന്നു
തറവാട് കാണാൻ.

താളക്രമം

മാങ്ങയും തേങ്ങയും ചങ്ങാതി
ഉപ്പും മുളകും കൂട്ടായി
ഒത്തൊരുമിച്ചു നാലാളും
കൂട്ടിയരച്ചു ദമയന്തി
തിന്നു രസിച്ചു ചമ്മന്തി

ന്യൂജെൻ

ഇയർഫോൺ കുത്തി
അയലത്തെ കുട്ടി
പുറത്തേക്കു പോയി
ഗിയറൊന്നു മാറ്റി
തെരുവിലെ പട്ടി
കുട്ടിയെ
കടിച്ചിട്ടുപോയി.

തുറക്കുമ്പോൾ

പൂലരൊളിയിൽ
പുതുമഴയിൽ
പൂക്കൾ പുഞ്ചിരി തൂകുമ്പോൾ
പുത്തനുടുപ്പുകളിട്ടിട്ട്
പൂത്തുമ്പിക്കുടകൾ ചൂടീട്ട്
പള്ളിക്കൂടത്തിൽ പോകാൻ
പൂമ്പാറ്റകളേ വന്നാട്ടെ
പൂത്തുമ്പികളെ വന്നാട്ടെ
പുന്നാരക്കുയിലുകൾ പാടുന്നു
തുള്ളിക്കൊരു കുടം പെരുമഴയും
ചളിപിളി ഇക്കിളി കൂട്ടുമ്പോൾ
ഒത്തൊരുമിച്ചു നടന്നീടാം

അനുസരണ

റിമോട്ട് കൈയിലുണ്ടെങ്കിൽ
ടി.വിയും
ചൂരലാണെങ്കിൽ
ഉണ്ണിയും
അനുസരിക്കും.

കുറുങ്കവിത

മുറ്റത്ത് മത്ത മെത്തയിട്ടു
കാറ്റ് ചുറ്റും വട്ടമിട്ടു
വണ്ട് മൂളിപ്പാട്ടു പാടി
രണ്ട് പൂക്കൾ ചാഞ്ഞുറങ്ങി.

മഴനൂൽ

മാനം മഴനൂലിഴയിട്ടു
കാറ്റ് വന്നതിൽ പാവിട്ടു
പാടമതൊക്കെ നെയ്തിട്ടു
പുഴ അവയെല്ലാം വിരിച്ചിട്ടു.

വികസനം

ദേവാലയങ്ങൾ കൂടി
വിദ്യാലയങ്ങളും
അവയ്ക്കൊപ്പം
മാലിന്യവും തെരുവുനായ്ക്കളും.

വിഷം

വിത്തിട്ടതു നമ്മൾ
വിഷമിട്ടതും നമ്മൾ
വിള തിന്നതും നമ്മൾ
വിഷമിച്ചിട്ടെന്തു കാര്യം?

മുറ

തലമുറ മാറി തലമുറ മാറി
തലമാറി മുറ മാറി
കാലുറയായി.

പഠനം

പഠിക്കാൻ ഇരിക്കരുത്
പഠിച്ചിരിക്കണം.
പഠിച്ചിരുന്നാലേ
എഴുന്നേൽക്കാനാകൂ.

ഇങ്ങനെ

വയൽ കാണുവാൻ
ടി.വിയിൽ നോക്കണം
മലയാളം കേൾക്കുവാൻ
നാടൻ പാട്ടു കേൾക്കണം
കേരളം കാണുവാൻ
മറുനാട്ടിലെത്തണം.

പെട്ടു

പുൽച്ചാടി ചാടി
തൊട്ടുതൊട്ടാവാടി
തൊട്ടാവാടി വാടി
ഉള്ളിൽപ്പെട്ടു
പുൽച്ചാടി

വട്ടം

വാലുകൊണ്ടങ്ങനെ ആലവട്ടം
വായ കൊണ്ടങ്ങനെ താളവട്ടം
വാഴക്കുടപ്പന് ചുറ്റുവട്ടം
അണ്ണാറക്കണ്ണന്റെ സദ്യവട്ടം

കിറുക്ക്

കൈത്തണ്ടയിൽ ഉറുക്ക്
ഒറ്റക്കാതിൽ കുണുക്ക്
സദാ വായിൽ മുറുക്ക്
ഈ കുട്ടികൾക്കോ കിറുക്ക്

തവള

തളയില്ലല്ലോ തവളേ
വളയില്ലല്ലോ തവളേ
തളയും വളയും ഇല്ലാത്തവളേ
നിന്നെ വിളിപ്പത് തവള.

കുട്ടികളുടെ ഓണം

പാലട കിറ്റിൽ
ഉപ്പേരിയും കിറ്റിൽ
അച്ഛനുമമ്മയും
ഇന്റർനെറ്റിൽ.

ആഴി

മഴ
മൊഴിഞ്ഞ്
പൊഴിഞ്ഞ്
ഊഴിയിലെത്തി
പുഴയിലൂടെ
ആഴിയിലെത്തി.

മുള

മുള
മുളച്ച് വളർന്ന്
മാനം മുട്ടിയാലും
മുളയെന്നേ പറയൂ.

അറിവ്

അറിവ്
അറിവ് കുറവാണെന്നുള്ളത്
എന്നെ അറിയുന്നവനാക്കി
അറിവുള്ളവനാക്കി.

യാന്ത്രികം

മിക്സി വീട്ടിൽ വന്നപ്പോൾ
അമ്മി ചമ്മിയിരിപ്പായി
ആട്ടുകല്ല് കല്ലായി
ഉരല് ഉരുണ്ടുകിടപ്പായി
ഉലക്ക ഒളിച്ചിരിപ്പായി.

കാക്ക

കാക്ക കുളിച്ചില്ലെങ്കിലും
നേരത്തേ എണീക്കും
വിളിച്ചില്ലെങ്കിലും
വേലയെടുക്കാൻ വരും
പറഞ്ഞില്ലെങ്കിലും
ചുറ്റും വൃത്തിയാക്കും.

അരയാൽ

ആൽമരത്തിന്
അരയോളം തറ കെട്ടി
അരഭാഗം മറച്ചപ്പോൾ
ആൽ അരയായി
അരയാലായി.

അമ്മയും തേങ്ങയും

അമ്മയും തേങ്ങയും
ഒന്നു ചേർന്നാൽ
ചിരവ കുരവയിടും
തേങ്ങ ചിതറിവീഴും

ഉറക്കം

അച്ചു
അച്ഛനരികിലുറങ്ങും
അമ്മു
അമ്മയ്ക്കരികിലുറങ്ങും
അച്ചുവും അമ്മുവും ചേർന്നാൽ
അച്ഛമ്മയ്ക്കരികിലുറങ്ങും.

ആന

കാണാനഴക്
കാടിന്റെ കറുത്ത്
കരിമ്പാറയുടല്
കാലിന്മേൽ തുടല്

വളരേണ്ടത്

ഈ മണ്ണിൽ
ഏതെല്ലാം ചെടികൾ
ഏതെല്ലാം വിധത്തിൽ
വളരുന്നു പൂക്കുന്നു
കായ്ക്കുന്നുണ്ടതുപോലെ
നിറമൊന്നും നോക്കാതെ
ജാതി മതം പറയാതെ
ഈ മണ്ണിൽ വളരേണം
മനുഷ്യരാണെന്നറിയേണം.

മയിലാട്ടം

പുഴയോരം ചെന്നിട്ട്
മഴ കാണുന്നേരം
മഴയല്ല പുഴയല്ല
മയിലാട്ടം കാണാം.

കൊക്ക്

ആറ്റിൻകരയിൽ ഒറ്റക്കാലിൽ
നിന്ന് ജപിക്കും സന്ന്യാസി
വെള്ളയുടുപ്പും നല്ല നടപ്പും
കണ്ടാൽ പാവം ചങ്ങാതി
ചെറുമീനതിനെ കണ്ടാലുടനെ
കൊത്തിയെടുക്കും തെമ്മാടി.

തുമ്പികൾ

കമ്പിപെറുക്കും പാട്ട പെറുക്കും
കുപ്പി പെറുക്കും കുഞ്ഞുങ്ങൾ
കല്ലെടുക്കും തുമ്പികളാണേ
കളിയാക്കല്ലേ ഒരുനാളും.

കുരുവി

കരച്ചിലല്ല
പറച്ചിലല്ല
ചിരിച്ചതല്ല
ചിലച്ചതല്ല
കുറുകുന്നപോലെ
കുരുവിയാകാം.

നാണക്കേട്

കുന്നു കുളിക്കാൻ കുളത്തിലിറങ്ങി
കുളമൊന്നാകെ വെളിയിലിറങ്ങി
കുന്നിന് പൊങ്ങാനായില്ല
കുളത്തിന് നിൽക്കാനിടമില്ല
കുന്നും പോയി കുളവും പോയി
നാടിനു നാണക്കേടായി.

കവിത

കണ്ണുകൊണ്ടെടുത്ത്
കരളിൽ വളർത്തി
തലയിൽ പടർത്തി
പൂവിട്ടുവെന്നാൽ
കവിതയായി.

മാതൃക

വാഴയിൽ കുല വന്നാൽ
വാഴ്ത്തുന്നുണ്ടത് ദൈവത്തെ
നമിക്കുന്നുണ്ടത് ഭൂമിയെ
പുറത്തെടുക്കുന്നുണ്ടത് ഫലങ്ങളെ
പിന്നെ വെടിയുന്നുണ്ടത് ജീവനെ.

മുത്തശ്ശി

മുത്തശ്ശിക്ക് മുറുക്കേണം
വെറ്റിലയെവിടെ പെങ്കുട്ട്യേ?
ചുണ്ണാമ്പില്ലേ പൊൻമുത്തേ?
അടയ്ക്ക ചതച്ചോ കുഞ്ഞമ്മൂ?
പൊകലയരിഞ്ഞത് കിട്ടീല
തുപ്പാൻ എവിടെ കോളാമ്പീ?
എല്ലാം കൊണ്ടുകൊടുത്താലോ
പഠിക്കാനില്ലേ നിനക്കെന്ന്
ചോദിച്ചെന്നെ ശകാരിക്കും.

കാഴ്ച

മുറ്റത്തുണ്ടൊരു മുല്ല
മുല്ലയിലുണ്ടൊരു പൂവ്
പൂവിനു ചുറ്റും വണ്ട്
മൂളിപ്പാടുന്നുണ്ട്
കാറ്റതുകണ്ട് രസിച്ച്
കൂടെ ചെല്ലുന്നുണ്ട്
കുഞ്ഞതു കണ്ട് രസിച്ച്
തുള്ളിച്ചാടുന്നുണ്ട്.

പൂരം

തളപള തളപള മദ്ദളം
കലപില കലപില തിമില
കുറുകുറു കുറുകുറു കുഴല്
പെപ്പെപെപ്പെ കൊമ്പ്
തരിക്കു തരിക്കു ചെണ്ട
ഇടയ്ക്കിടയ്ക്കിടയ്ക്കിടയ്ക്ക് ഇടയ്ക്ക
ഝിഞ്ചില് ഝിഞ്ചിലത്താളം
കരിമുകിലാനക്കൂട്ടം
മേലേക്കാവിലും പൂരം
ഇടവക്കാവിൻ പൂരം.

സ്വാഗതം

ഓടിവരുന്നേ തിരമാല
പാടി വരുന്നേ തിരമാല
ഞങ്ങൾ നല്കി ചിരിമാല
താണു വണങ്ങി തിരമാല

കാലവർഷം

ഒരിടിവെട്ടി
കാർമേഘക്കുടം പൊട്ടി
മലയിലുരുൾ പൊട്ടി
പുഴയുടെ തുടൽ പൊട്ടി

കൂമ്പ്

കുന്നിടിച്ച് കുന്നിടിച്ച്
കേരളത്തിന്റെ കൊമ്പൊടിച്ചു

പൂമ്പാറ്റേ

പൂമ്പാറ്റേ, പൂമ്പാറ്റേ
പുത്തനുടുപ്പുകളില്ലേന്നോ?
ഓണപ്പുടവയെടുക്കുമ്പോൾ
ഓർക്കുക, നല്ലതു വാങ്ങിക്കോ
പൂന്തേനുണ്ണാൻ ചെല്ലുമ്പോൾ
ചന്തം വേണ്ടേ ചങ്ങാതി?
എന്നുമിതിങ്ങനെ കാണുമ്പോൾ
ഓർക്കുകയാണെൻ ബാല്യം ഞാൻ.

പ്രത്യുപകാരം

അമ്മയുടെ ഔഷധത്തോട്ടം
മുഴുവൻ ആടു തിന്നു
ആടിനും അപ്പുവിനും അടികിട്ടി
അപ്പു കരഞ്ഞ് തളർന്നുറങ്ങി
ആട് തിന്നതെല്ലാം ഗുളികകളാക്കി
അമ്മയ്ക്കു മുന്നിലിട്ടുകൊടുത്തു.

കടലറ്റം

മലമുകളിൽ മലയാളം
മഴയായി പുഴയായി
കടലറ്റം ചെല്ലുന്നതും
വഴി നീളെ ചൊല്ലുന്നതും
മലയാളം.

ചൈനക്കാർ

ആവോലി, നത്തോലി
ചെമ്പല്ലി കോടാലി
കൂന്താലി, താറാലി
ഇവരൊക്കെ ചൈനക്കാർ

മുഖം

ആഴിയും പുഴയും തമ്മിൽ
ചേരുമ്പോൾ അഴിമുഖം
വഞ്ചിയും നൗകയും ചെന്നു
ചേരുമ്പോൾ തുറമുഖം.

കടങ്കവിതകൾ

കാറ്റ്

മതിൽ ചുറ്റും കെട്ടിയിരുന്നു പടി
വാതിൽ പൂട്ടിയിരുന്നു
എന്നിട്ടും ഉള്ളിൽ കയറി
തോന്ന്യാസം ചെയ്തവനാര്?
പല പൂവുകൾ നുള്ളിയെറിഞ്ഞു
കുല വാഴ കഴുത്ത് ഞെരിച്ചു
അഴയിലെ ഉടുപ്പുകളെല്ലാം
അയലത്തേക്കിട്ടുകൊടുത്തു.

പൊന്മാൻ

നീലനിറത്തിലുടുപ്പ്
ചോലമരത്തിലിരിപ്പ്
ജലമുണ്ടെങ്കിലുറപ്പ്
തലകുത്തിയിറങ്ങുമിടയ്ക്ക്

ചന്ദനപ്പൊട്ട്

അമ്പിളിമാമ്മനെ ചൂണ്ടി
അമ്മിണിക്കുട്ടി ചോദിച്ചു
ആകാശനെറ്റിയിലാരീ
ചന്ദനത്തിൻപൊട്ടുതൊട്ടു.

ഞണ്ട്

തലയില്ലെങ്കിലും
കണ്ണുകൾ രണ്ട്
കാലുകൾ പത്ത്

കേരാച്ചൻ ലക്ഷ്മണൻ

തൃശ്ശൂർ ജില്ലയിൽ പൂവത്തൂരിൽ ജനനം. മനസ്സിൽ തെളിയുന്ന മഴവില്ല്, പഴം പപ്പടം പായസം, ദേശത്തിന്റെ പേരും പൊരുളും തുടങ്ങിയ കൃതികൾ രചിച്ചിട്ടുണ്ട്.

www.ingramcontent.com/pod-product-compliance
Lightning Source LLC
LaVergne TN
LVHW041538070526
838199LV00046B/1720